NKHOSA YOTAYIKA

Phunziro la fanizo la Yesu kuchokera pa Luka 15:3-7

F. Wayne Mac Leod

LIGHT TO MY PATH BOOK DISTRIBUTION
Sydney Mines, Nova Scotia, CANADA

Nkhosa Yotayika

Kulembedwanso Mchingerezi August 2015

Kutanthauzidwa mchichewa February 2022

Copyright © 2009 by F. Wayne Mac Leod

Chilolezo ndi cha eni ake a bukuli. Buku lino lisagwiritsidwe ntchito mwa njira ina iliyonse popanda chilolezo cha eni ake.

Pokhapokha ngati zaonetsedwa. Mawu onse a Mulungu m'buku lino anatengedwa m'Buku Lopatulika la New International Version la chaka cha 1973,1978, 1984, lolembedwa ndi International Bible Society malingana ndi chilolezo chochokera ku Zondervan Publishing House. Malamulo onse anatsatidwa.

Ulemu wapadera upite kwa amene adawerenga bukuli kuti lifike pano, chifukwa popanda iwo izi sizidakatheka.

Diane Mac Leod, Lillian Mac Neil

Zamkatimu

CHIYAMBI	5
1 - Udindo Wa M'busa	7
2 - Nkhosa Yotayika	13
3 - Kukhala Mu Nkhosa 99	23
4 - Kupita Kofunafuna Nkhosa Yosochera	29
5 - Ndipo Pamene Adayipeza Iyo	35
6 - Sangalalani Pamodzi Nane	43
7 - Kusangalala Kumwamba	49
Light To My Path Book Distribution	57

Chiyambi

Ili ndi phunzira la Luka 15:3-7. Pamene nkhani iyi imagwiritsidwa ntchito pa cholinga chosodza anthu, koma ine cholinga changa ndikuonetsa mmene nkhaniyi ingapindulira munthu okhulupirira.

Fanizo lino tsopano likudziwika kuti Fanizo la nkhosa yotayika. Mawu oti "tayika" ndi mawu a Fiyoloje amene akugwiritsa ntchito kwambiri masiku ano. Monga mawu a Fiyoloje, iwo akuyimira munthu wosakhulupirira amene asanalandire chipulumutso cha Ambuye athu Yesu Khrisitu. Timanena kuti munthu ndi wotayika chifukwa asanalandire Yesu Khrisitu. Koma ine sindikugwiritsa ntchito mawu oti "Tayika" mwanjira imeneyi.

Ine ndakumana ndi okhulupirira ambiri amene athedwa nzeru pa chikondi ndi kudzipereka komwe analinako kale. Koma ena moyo udali wowawa ndipo chikhulupiriro chawo chidaonongeka pamapeto pake. Kwa ena, mpingo sunkawakonda, ndipo adapezeka akungoyendayenda kunja kwa chiyanjano cha okhulupirira. Ena adagwa mmayesero adzikoli ndipo kudzipereka kwawo kwa Yesu kunatha. Okhulupirira awa ataya njira yawo. Achoka panjira imene Mulungu anawakonzera. Iwo ndi nkhosa zotayika tsopano.

Ngakhale Yesu amene ndi m'busa wabwino ankadziwa kuti nkhosa zake zidzavutika pa dziko lapansi. Pali adani ambiri a nkhosa pa dziko lapansi. Chikhulupiriro cha izo chikuyesedwa kwambiri. Nkhosa zina za Ambuye zathamangangitsiridwira kutali. Zina zavulazidwa ndipo zili ndi mabala, ndipo zatayidwa pambali pa njira yopita ku moyo wosatha.

Lino ndi fanizo lofotokoza kubwezeretsedwa kwa nkhosa zotayika zomwe zataya njira zawo ndi kuthawa pa chimwemwe ndi chiyanjano chimene Mulungu anakozera izo. Izi zikupatsa ife ntchito, kuti tikathandize abale ndi alongo amene chikhulupiriro chawo chosweka ndipo chili ndi mabala. Pamene Yesu adaphunzitsa phunziro lino, Afarisi ndi atsogoleri a chipembedzo adaleka kusamalira anthu amene adali pansi pa ulamuliro wawo. Nkhosa sizimaphunzitsidwa. Padalibe woti mkuzisamalira. Zinkangoyendayenda kuchoka pa choonadi ndikumakagwa mnjira za dziko pamene azibusa awo angokhale chete pambali pa izo ndi kuzisiya ziziwonongeka.

Mnjira zambiri fanizo lino likufotokoza kuti tiyenera kukhala abusa a nkhosa za Mulungu okhulupirika. Likuvumbulutsa chikhumbo cha Ambuye Yesu kwa anthu ake ofunikira amene ataya njira yake. Uku ndi kuyitana kwa onse amene angamve chiphunzitsochi kuti amve cho; inga cha Mulungu kwa amene chiyanjano ndi chimwemwe chawo mwa Yesu Khrisitu cha zimitsidwa. Utumiki uwu siwophweka ayi. Koma ndi umene umasangalatsa mtima wa Mulungu. Ndikukhululupirira kuti madalitso ambiri a Mulungu agona pa onse amene amatumikira nkhosa zotayika kuti zibwerere kwa Mulungu.

Lino sibuku loti kodi tipange zinthu motani. Ndalisiya buku lino mmanja mwa azibusa oyenerera. Cholinga changa ndikufotokozera fanizoli ndi kuvumbulutsa cholinga cha Mulungu ku mpingo wa lero lino. Ndi pemphero langa kuti buku lino livumbulutse cholinga cha Mulungu mwatsopano ndi mwachilendo. Tiyeni timulore Mulungu kuti agwiritse ntchito bukhu lino kuti nkhosa zake zotayika zibwerere kwa Iye ndipo kuti zikadziwe kukoma mtima kwake.

F. Wayne Mac Leod

1 - Udindo Wa M'busa

Ndipo Yesu anawafotokozera fanizo lino:Tangoganizani mmodzi wa inu ali ndi nkhosa zana limodzi (Luke 15:3-4)

Pa Luka 15:3-7, Baibulo silingonena za nkhosa yotayika chabe mmene imakhalira ikasokera ndi zimene zimachitika kuti ipezeke. Koma apa Yesu akunena za atogoleri a chipembedzo alero lino. Atsogoleri awa adamunyoza Yesu chifukwa chodya ndi ochimwa ndi otolera mitsonkho. Kwa iwo,mtsogoleri wa chipembedzo adalibe ufulu wodzidetsa kudzera mnjira yodya ndi ochimwa ndi okhometsa msonkho. Koma Yesu adayankho mitsutso yawo kudzera powafotokozera fanizo.

Fanizo lino limagwiritsidwa ntchito polimbikitsa akhrisitu kuti akalalikire anthu osakhulupirira. Palibe funso apa loti kodi veseri likutero. Koma tsopano tatiyeni tiwonepo fundo zina apa mwatchutchu.

Tiyeni tiwone kuti nkhosa zomwe Yesu akunena pano zidali pansi pa ulamuliro wa m'busa. Kuyankhula kwa atsogoleri achipembedzo nthawi yakeyo Yesu adati "Tangoganizani munthu ali ndi nkhosa zana" (vesi 4). Izi zikutanthauza kuti nkhosa imene akunena idali pakati pa zizake ndiponso pansi pa ulamuliro wa mtsogoleri wa uzimu.

Chachiwiri,taganizani za zimene Yesu adanena zokhudza nkhosa pa Mateyu 25:31-33:

Pamene Mwana wa munthu adzabwera ndi ulemerero wake, ndi angelo ake, Iye adzakhala pa mpando wake wa ulemerero wa chifumu Kumwamba. Mayiko onse adzanza kwa lye, ndipo lye adzasiyanitsa anthu monga momwe m'busa amasiyanitsira nkhosa kwa mbuzi. Iye adzayika nkhosa kudzanja lake la manja ndipo mbuzi kudzanja lake la mazere.

Wonani kusiyana apa kwa pakati pa mbuzi ndi nkhosa. Nkhosa ndi zomwe zili za m'busa wabwino amene ndi Ambuye athu Yesu Khrisitu. Mbuzi ndi anthu osakhulupirira amene adamukana Yesu. Izi zikutanthauza kuti nkhosa zimene Yesu amanena apa si anthu osakhulupirira kwemi-kweni. Awa zikuonetsa kuti ankanena za okhulupirira amene ali pansi pa chisamaliro cha m'busa wauzimu. Awa ndi amene apambuka panjira yawo ya choonadi. Ndi zoona kuti ochimwa amene Yesu adanyozedwera chifukwa chodya nawo pamodzi adali pansi pa utsogoleri wina wake, koma ankathawidwa ndi kukanidwa chifukwa cha moyo wawo.

Yesu adayamba fanizoli ndi mawu awa: "Tangoganizani wina ali ndi nkhosa zana." Iye akutikumbutsa za atsogoleri a nthawi yake amene adapatsidwa ntchito yosamalira kagulu kena ka anthu owerengeka. Nkhosa zana izi udali udindo wawo. Monga azibusa,adali ndi ntchito yosamalira izo. Uwu udali udindo woti sangautenge kukhala wopanda pake. Werengani zimene Mulungu adanena kwa azibusa ake pa Ezikiel 34:2-6:

"Mwana wa munthu adalosera zokhudza azibusa aku Israel. Iye adalosera zaiwo motere: "Ichi ndi chimene Mulungu wa mphamvu zonse wanena: Tsoka kwa azibusa a Israel chifukwa asankha kudzisamalira iwo eni oka!. Kodi m'busa satenga chisamaliro cha nkhosa zake? Mukudya mkaka,mukuvala zovala zaubeya ndi kumapha nyasa za ku mtima kwanu,koma mwasiya kusamalira gulu la nkhosa zanu. Inu simudazilimbitse zimene zafoka, kapena kuchiza zimene zikudwala kapena zomwe zavulazidwa. Simunazibweze zimene zasochera, kapena kukaziyang'ana izo. Inu mwazilamulira mwa nkhaza ndi moipa mtima. Choncho izo zamwazikana chifukwa ziribe m'busa, ndipo izo zamwazikana ndikusanduka chakudya cha nyama za kuthengo. Nkhosa zanga zikungoyendayenda kumapiri ndi kuzitunda zitalizitali.

Zamwazikana pa dziko lonse lapansi, ndipo ndi mmodzi yemwe amene akupita kukazisaka kapena kukazifunafuna.

Mulungu akudzudzula azibusa a nthawi ya Ezekiel, chifukwa adatenga kukhala oweta nkhosa ndicholinga chofuna kusangalatsa miyoyo yawo. Azibusa awa sakupezera nkhosa zawo zakudya. Chifukwa nkhosazi sizikulandira chisamaliro choyenera, izo zasweka mitima ndipo zamwazikana. Dziwani kuti Ezekiel 34:6 akunena kuti, ngakhale nkhosazi zamwazikana modekha nkhawa kuchokera kwa azibusa awo, komatu palibe ndi mmodzi yemwe amene akukazisaka kapena kukazifuna izo.

Pamene Mulungu adatiyitana ife kuti tikhale azibusa,Iye adatiyitana ku utumiki ofunikira kwambiri. Uwu siutumiki waphweka. Kusamalira nkhosa ndi utumiki wapamwamba kwambiri. Mulungu adzatifunsa zokhudza nkhosa ina ili yonse yomwe adatipatsa kuti tiyisamalire. Choncho,mvetserani chimene Yesu adanena zokhudza amene adzapangitsa nkhosa zake kumwazikana pa Maliko 9:32:

Ndipo mmodzi mwa inu adzapangitsa mmodzi amene amakhulupirira Ine kuchimwa,ziri bwino kwa iye kuponyedwa mnyanja yozama atamangiriridwa chimwala pa khosi pake.

Mulungu amayembekezera azibusa kuti azichenjeza ndi kutetezera nkhosa zake pamene ziri pa ngozi. Iye adanena ichi momveka bwino kwa Ezekiel kuti, ngati sadzachenjeza zimene ziri pansi pa chisamaliro chake ku zoopsa, mwazi wa izo udzakhala pa manja ake. Iye adzayankha mulandu pachimene chidzagwere nkhosa imene amayenera kuyichenjeza. Timawerenga Ezekiel 3:18 kunena kuti:

Pamene ndinena ndi munthu wachimwa, kuti zoonadi iwe udzafa,ndipo iwe sudamuchenjeze kapena kumuyankhula kuti asiye njira zake zoipa kuti apulumutse moyo wake, munthu woipa ameneyu adzafa chifukwa cha tchimo lake, ndipo Ine ndidzawerengera mwazi wake pa iwe.

Azitsogoleri a nthawi ya Yesu sankagwira ntchito yawo. Anthu a Mulungu ankangoyendayenda ndi kumagwa mmachimo osiyanasiyana. Iwowa ankangopanga zofuna zawo ndi zosangalatsa iwo eni ndi kuyiwala kusamalira nkhosa zimene ndidawaapatsa. Izi zikutiuza kuti Afarisi ndi azitsogoleri ena ankathawa atolera misonkho ndi wochimwa, ndi kumanena kuti ndi chinthu chonyasa kumaphatikirana ndi anthu amenewa.

Pamene Yesu akunena pano za m'busa yemwe adali ndi nkhosa zana limodzi, Iye akunena za mtsogoleri amaene adamupatsa nthcito yayikulu ya Mulungu yosamalira,kutumikira ndi kupezera zosowa nkhosa zimene ziri pansi pa ubusa wake. Mwachidule tonse ndife azitumiki. Mulungu waika azibambo, azimayi, anyamata ndi atsikana munjira zathu ndi kutiyitana kuti tikasamalire nkhosa zake.

Fanizo lino ndi la azibusa a Uzimu, koma ndi la wina aliyense amene wapatsidwa mphamvu ndi udindo pa zake. Mundine zotsatirazi, ife tidzaona mmene Ambuye athu Yesu Khrisitu akutiphunzitsira zokhudza mtima wake ndi udindo wathu pa abale ndi alongo amene akungoyendayenda ndi dziko ndipo asokera njira zawo.

Zoyenera Kuziganizira Mwapadera:

- Kodi azibusa ndi ndani mufanizoli ?Ngati kodi apatsidwa ntchito yotani?
- Kodi tizingoona nkhosa pano ngati anthu osakhulupirira amene sadamvomereze Yesu, kapena fanizoli likukhudza wina aliyense amene wataya njira yake? Fotokozani
- Taganizirani dera lomwe mukukhala. Kodi kuli okhulupirira amene anataya njira zawo ndi kuthawa pachiyanjano ndi Mulungu? Kodi mpingo wanu ukuchitapo chiyani pazokhudza anthu achoka pa choonadi, kapena akhumudutsidwa pa njira yawo ya Uzimu?

- Kodi Mulungu adatipatsa ife udindo pa munthu wina? Kodi ndi anthu ati amene Mulungu watipatsa kuti tiwasamalire? Kodi takhala wokhulupirika kumayitanidwe athu?

Zofunika Kuzipempherera:

- Kodi mukudziwa munthu wina amene wachoka pa choonadi kapena wakhumudutsidwa pa moyo wake wa Uzimu? Tengani kanthawi ndi kumupemphera.
- Mpempheni Mulungu kuti akuonetseni anthu amene wawaika kuti muwasamalire. Mpempheni Mulungu kuti mukhale wokhulupirika pamene mukusamalire amene wakupatsani. Mpempheni Mulungu kuti akuonetsereni chimene muyenera kuchita pamene mukutumikira nkhosa zake pa nthawi ya zosowa za izo
- Tengani nthawi ndi kupempherera azibusa apa mpingo wanu. Mpempheni Mulungu kuti azipatse chisomo chake kuti zikamve mawu ake ndi ku wasunga.

2 - Nkhosa Yotayika

"Tangoganizani munali ndi nkhosa zana limodzi ndipo mwataya imodzi. (Luka 15:4)

Nkhosa zosathandinza pachirengedwe. ziribe mphamvu zachirengedwe zodzitetezera zimafuna wina azisamalire. Pamene Yesu anaona chigulu cha anthu chikumulondala tsiku limodzi, anafanizira ndi nkhosa zosathandizazi zikusowa m'busa. Mtima wake unadzazidwa ndi chisoni ndipo anauza ophunzira ake kuti alirire Ambuye mwini zokolola kuti atumize antchito kuti awasamalire:

Ataona maguluwo, anagwidwa ndi chisoni chifukwa anali ozunzika ndi osowa chithandizo ngati nkhosa zopanda m'busa. Pamenepo anati kwa ophunzira ake, 'zokolola ndi zambiri koma antchito ndi ochepa. N'chifukwa chake, pemphani Ambuye mwini zokolola kuti atumize antchito ku munda wake'. (Mateyu 9:36-38)

Nkhosa imakhala ndi adani ambiri. Nkhosa ya uzimu imayenera ikozekere mayesero ndi kuyesedwe, zomwe zimapanga nkhanza zomwe zimapangitse kuti zibalalike. Tiyeni titenge kanthawi tiganizire za njira zina zomwe okhulupirira angathe kukhala munjira yomwe Mulungu wawakozera.

Mavuto a Fiyoloje

Choyambirira, nkhosa zingathe kusokokera kamba ka chiphunzitso cha fiyoloje. Chomwe chingapangitse mawu a Mulungu kuti akhale olakwika. Mulungu anatsutsa za mipingo yosakhulupirira Iye pokhala nyambo paziphunzitso zolakwika za Nikolai zomwe zikupezeka mu Chivumbulutso 2:15-16:

Chimodzimodzinso inuyo muli ndi ena amene amatsatira ziphunzitso za Anikolai. Tsono tembenukani mtima. Mukapanda kutero, ndidzabwera kwanuko posachedwa ndipo ndidzachita nanu nkhondo ndilupanga lotuluka m'kamwa mwanga lija

Zolembedwa pa Agalatiya 3:1-3 Mtumwi Paulo anakamba zaokhulupirira pokhala iwo aphunzitsi onyenga amene amalimbikitsa kusamala malaumlo a Mose ngati njira yokapulumukira. Polemba ku Agalatiya Paulo anati:

Agalatiya opusa inu, anakulodzani ndani? Timaonetsa poyera pamaso panu Yesu Khristu monga wopachikidwa pa mtanda. Ine ndikufuna ndiphunzire kuchokera kwa inu chinthu chimodzi ichi: Kodi munalandira Mzimu pochita ntchito za lamulo, kapena pokhulupirira zomwe munamva? Kani ndinu opusa chotere? Inu mutayamba ndi Mzimu, kodi mukufuna kutsiriza ndi ntchito za nthupi?

Afarisi anali atsogoleri opatsidwa ulemu munthawi imeneyo. Pamene, poyankhula kwa iwo mu Mateyu 23:15 Yesu anati:

Tsoka kwa inu, aphunzitsi amalamulo ndi Afarisi, achiphamaso! Mumayenda maulendo ambiri pamtunda ndi panyanja kuti mutembenuze munthu modzi, ndipo akatembenuka, mumasandutsa kukhala mwana wa gahena kawiri kuposa inu.

Kutengera ndi chiphunzitso cha Yesu, Afarisi amenewa anali achiphamaso amene amasitha anthu kukhala "Ana a gahena." Ngati m'busa wabwino, Yesu anawachenjeza ophunzira ake paziphunzitso za Afarisi ndi aphunzitsi amalamulo mu Mateyu 16:5-12. Samafuna kuti ophunzira ake agwe nawo munyambo zawo.

Pali ziphunzitso zonama zambiri masiku ano. Ngakhale okhulupirira enieni amatha kunamizidwa ndikugwa mumalemba awo wonama. Adani achiphunzitso cha fiyolojewa angathe kupangitsa kuti nkhosa isokere kwa zaka mumnjira yomwe ili yolekana ndi Mulungu ndi zolinga zake pa miyoyo yawo. M'busa wabwinoyi amayenera adziwe za adani amenewa achiphunzitso cha fiyoloje amene amabwera kuti awononge nkhosa ndipo apange chilichonse chomwe angathe kuti ateteze kumavuto amenewa.

Tchimo

Ana a Mulungu sikuti angathe kusochera ndi ziphuzitso zokha za fiyoloje ayi, komanso angathe kugwa muuchimo. Paulo anawakalipira Akorinto chifukwa sanachitepo kanthu pa mwana amene anagona ndi mkazi wa bambo wake (onani Akorinto 5:1). Pa 2 Timoteyo 4:10 pali zolembedwa za mzibambo wina dzina lake Demas amene Paulo anamusiya chifukwa cha chikondi chake kuzinthu za dzikoli. Pali mayesero osawerengeka kwa munthu okhulupirira. Nkhosa sizinakozekere mayesero amenewa. Onetsetsani mwachangu pa mpingo wanu. Pali umboni wa okhulupirira akugwa muuchimo? Mdani wathu Satana ndiwochenjera. Dziko ili ndi njira zake zimaoneka zokopa ndipo nkhosa zambiri zimachotsedwa kuchoonadi kumapita kuuchimo ndi kuzoyipa.

Nkhosa yakugwa nthawi zina imakakhidwa kumbali ndi nkhosa zina zomwe sizifuna kuti zikhudzidwe nawo ndi iwo. Nthawi zina amachita manyazi ndikulephera kwawo ndipo mpaka samva kuti abwerere ku zizawo. Ngati nkhosa yosochera imayenda opanda oyitsogolera, osadziwa kuti Mulungu awakhululukira kapena azawo akwamvomeranso.

Kukondana ndi Mulungu

Nkhosayo ingathenso kusochera mumchikondi cha Mulungu. Mpingo waku Aefeso ndi chitsanzo chabwino. mvetserani kuzotsatira za Ambuye kumpingo umenewu pa Chimvumbulutso 2:4-5:

> "Komabe ndili chotsutsana nawe: Wataya chikondi chako chapoyamba. Kumbukirani kuti munagwa kuchokera patali. Lapa

ndikuchita zinthu zimene unkachita poyamba, ngati sulapa ndidzabwera ndikukuchotsera choyikapo nyali chako pamalo ake."

Mpingo waku Aefeso unali wamphamvu mumawu ndi ulemerero, koma atsogoleri ake amataya chikondi chawo chapa Yesu. Ambuye anawachenjeza kuti akufunikira alape ngati salapa adzawachotsera choyikapo nyali chawo pa malo ake. Kodi ndizosamvuta motani kuti mugwidwe muchitetezo cha chilungamo kapena mukukuziriza umfumu wa Mulungu. Izi sizoyipa pazokha koma ngati zimatenga malo athu a ubale wathu ndi Mulungu, timakhala oyipa ndi adama. Tingathe kupembedza choonadi koma osati opatsa choonadiyo. Tingathe kukonda mmene zindawo uliri ndi zinthu zake koma osati kukonda mfumu ya mzindawo.

Nthawi zina anthu a mumpingo amataya chikondi chawo chapoyamba, kuikapo zinthu zina malo mwake zinthu monga, zomanga, zochitika, zikhalidwe ndi zolemba zake. Nkhosa za mipingo imeneyi zimatayika kutali kuzolinga za Mulungu. Kukhala otanganidwa kwawo ndikutetenzera choonadi kwawo zinawachotsa kwa Khristu. Anataya kukwaniritsa kwawo posangalala ndi kuyeretsedwa mwa Mulungu ndi kuyikamo zithu zina, choonadi ndi chikhalidwe. Masalimo anaona izi mwa anthu mu tsiku lake limodzi pamene analira kwa Mulungu mu Masalimo 85:6:

Kodi simudzatitsitsimutsanso, kuti anthu anu asangalale mwa inu?

Kusowa kwa chikondi chopoyamba kapena kukwaniritsa kusangalala mwa Mulungu ndi nkhani ya kuti nkhosa zonse za mumpingo ziyenera kuyidziwa. Amene anasowerekera kukwaniritsa anasokera ndikupita kuchikhulupiriro chonama chomwe sichingakwanitse kukwanira mzimu wawo. Nkhosa imeneyi ikuyenera ibwezeretsedwe.

Maubale

Palipano nkhosa zina zimasokera chifukwa cha maubale abwino amu mpingo. Paulo anawapepha atsogoleri awiri ampingo waku

Afilipi kutiakoze maudani awo pawuwiriwawo. Kulemba pa Afilipi 4:2 anati:

Ndikudandaulira Euodiya ndi Suntuke kuti akhale ndi mtima umodzi mwa Ambuye.

Kodi ndi ndani pakati panthu amene sanalakwiranepo ndi zake mu mpingo? Kodi ndikangati komwe milandu yathuyi inabweretsa kugawikana mu mpingo? Ngakhale okhulupirira akhudizdwa ndi zinthu monga kuweruza milandu mosalondola ndi kudzikonda mu mpingo. Mtumwi Yakobo anachenjeza mpingo pa nkhani ya kudzikonda, kuwakumbutsa kuti izi sizimalimbikitsa kuti kukhale mtendere mu thupi la Khristu. Tiyeni timvetsera Yakobo 2:1-4:

Abale anga, okhulupirira Yesu Khristu wawulemerero, musaonetse tsankho. Tangoganizirani, pakati panu patabwera munthu atavala mphete yagolide ndi zovala zapamwamba, ndipo winanso wosauka n'kulowa atavala sanza. Ngati mumasamala kwambiri munthu wovala bwinoyu uja, n'kumuwuza kuti, "Khalani pa mpando wabwinowu" koma wosauka n'kumuza kuti, "Ima apo" khala pansi pafupi ndi chopondapo mapazi angawa" Kodi simunachite tsankho pakati panu ndi kukhala oweruza a maganizo oyipa?

Taganizirani munthu amene wakanidwa mu mpingo umeneyu wa Yakobo tsiku lalero. Atakhala kuti anabwera kumpingo ndipo munamulandira ngati kuti iye ndiwosafunikira, kusiyana ndi abale ndi achemwali ake, kodi mukuganiza kuti ndi mwatendere motani muthuyi angamve? Angafune kubweranso? Yesu kawirikawiri amapanga maubale ndi anthu amene amamakonda kufunsafunsa mafunso. Mpingo wa Chipangano Chatsopano umamvutika ndi kusiyani kwa zikhalidwe. Timawerenga mu Machitidwe 6:1 mmene a Yuda a chi Hereni amadzionera ndi kudzikonda kwa Ayuda a chiheberi:

M'masiku amenewo pamene chiwerengero cha ophunzira chinkachuluka, Ayuda a Chihelene pakati pawo anadandaula chifukwa cha Ayuda a Chiheberi chifukwa amasiye awo samawagawira chakudya cha tsiku ndi tsiku.

Kusiyani kumeneku kungathe kuonekeranso pamene yesu anapita ku Samalitani, Ndipo anakumana ndi mzimayi pachitsime cha madzi. Timawerenga pa Yohane 4:9 kuti Ayuda samagwirizana ndi Asamalitani. Udani wawo unali uja wakuti sakanatha kukhala pamodzi. Kodi ndikangati kamene ana a Mulungu anasokera kuzofuna za Mulungu, chifukwa chakusawerunza nkhani molondola ndi kuwawidwa komwe okhulupirira ena ochokera ku mipingo ina, zikhalidwe zina ndi zokonda zina amakumananako?

Thawi zina kusiyana pazipembedzo kungathe kukula mpaka kupembedza kuletsedwa. Timawerenga, mwachitsanzo mu Machitidwe 15:37-39 pakusagwirizana pakati pa Paulo ndi Barnaba pa nkhani ya Yohane Marko.

Barnaba anafuna kutenga Yohane, wotchedwanso Marko, kuti apite naye. Koma Paulo anaganiza kuti sichinali cha nzeru kumutenga Yohane chifukwa iye anawathawa ku Pamfiliya ndipo sanapitirire nawo pa ntchito. Iwo anatsutsana kwambiri motero kuti anapatukana.

Ndinakumanapo ndi okhulupirira amene anasochera kwa nzaka zambiri kusowa mpingo, chifukwa cha zomwe amaziona mu mpingo. Samakhala ngati alandiridwa pa anzawo. Nkhosa zimenezi zinasokera mukupembedza chifukwa cha maubale owonongeka. zowawa zomwe nkhosa zina zinapangiridwa ndizazikulu mokuti zimatenga zaka kuti zithe. M'busa wamzeru amakhala tcheru ndi mdani ameneyu ndipo amapanga zonse zomwe angakwanitse kuti abweretse bata ndikubwezeretsa mabala omwe anabwera ndi nkhosa zinazo.

Mayesero ndi kuyesedwa

Njira ina yomwe nkhosa zimataya njira yake ndi mayesero ndi kuyesedwa. Nthawi zina zimaoneka ngati mdani wabwera ndi mphamvu zonse zodzaononga. Kuyesa kwake kumapangitsa kugwedezeka kwa okhulupirira enieni mpaka amataya chikhulupiriro ndi cholinga chawo. Nthawi zina amatha kumadzifusa za chikhulupiriro chawo. Yohane M'batizi anafusa Ambuye Yesu pamene anali mumayesero akulu amoyo wake. pa Luka 7:20 timawerenga kuti mpaka anasochera ngati Yesu analidi Mpulumutsi:

> Anthuwo atafika kwa Yesu anati, "Yohane m'batizi watituma kwa Inu kuti tidzakufunseni kuti kodi ndinu anayenera kubwerayo, kapena tiyembekezere wina?

Kuwerenga mwachidule buku la Yobu mu Chipangano Chakale limaonetsa kuti munthu uyu wa Mulungu analitemberera mpaka tsiku lake lobadwa. Werengani muzoonjenzera nzake pa Yobu 3:11-14:

> Bwanji ine sindinaonongeke pamene ndinkabadwa ndi kufa pamene ndimatuluka m'mimba? Chifukwa chiyani panali mawondo wondilandirirapo ndi mawere woti andiyamwitsepo? Pakuti tsopano bwenzi ndiri gone mwatendere; ndikakhala nditagona tulo ndi mpumulo pamodzi ndi mafumu ndi aphungu a dziko lapansi, amene anadzamangira nyumba zikuluzikulu zimene tsopano ndi mabwinja.

Mneneri Eliya, atayesedwa kwakukulu pa phiri la Carmel, anapeza malo odekha ndi kupephere kwa Mulungu 1 Mafumu 19:3-4:

> Eliya ataona zimenezi, ananyamuka nathawa kupulumutsa moyo wake. Atafika ku Beriseba ku Yuda, anasiya mtumiki wake kumeneko, ndipo Eliyayo anayenda ulendo wa tsiku limodzi m'chipululu. Anafika pa kamtengo ka tsache, nakhala pansi pa tsinde lake napephera kuti afe, "Yehova, ine ndatopa nazo. Chotsani moyo wanga, ineyo sindine opambana makolo anga."

Munthu wamkulu wa Mulunguyi samafuna kukhalanso ndi moyo. Anali atatopa nazo. Atayensa mayesero ake anaona kuti anali akuti sakanatha kuwasenza. Amafuna athawe mayitanidwe ake kwa Mulungu kuti iye afe.

Anthu amenewa anayensa mayesero awo ndikuyesedwa kwawo pa moyo wawo ndipamene anaona kuti kulibwino kuti amfuse Mulungu cholinga chawo chokhalira ndi moyo. Anali ngati nkhosa zosowa ndi zosathandinza okozeka kuti ataye chikhulupiriro. Kodi ndi okhulupirira angati amene ali munyengo ngati zimenezi lero? Kuyesa kwa mdani kwafika pachimake. Asiyidwa ndi mabala ndi pambalambanda ndi opanda ntchito konse. Atayika, ndi kudabwa kuti ntchito yawo ndi chani mu ufumu wa Mulungu.

Kusalidwa

Chomaliza, zotheka kuti nkhosa isochere kamba kakusalidwa. Pa Mateyu 9:36-38 Yesu anamva chisoni kwa chigulu cha anthu chifukwa anali ngati nkhosa zopanda m'busa. Kunali Atsogoleri ampingo ambiri ku Israyeri, masiku ameneyo koma samagwira ntchito yawo. Samasamala nkhosa zawo. Afarisi amakana ochimwa, ndipo amakana kukhala nawo pa ubale. Kukana nkhosanzo kukutathauza kuti ambiri amasochera kuziphunzitso zonama ndi moyo wauchimo. Am'busa amenewa samadyetsera ndikusamalira chifukwa chake ambiri amatayika ndikugwa mu uchimo.

Tiyenera tidziwe chinthu chimodzi, mdani wathu sakupuma kuti awononge ntchito za Mulungu. Mphamvu zake zambiri zimayikidwa pa mipingo komaso makamaka kwa nkhosa yopanda zodzitetezera. Sangayime pachilichose moaka atiyimeza.

Ndikufuna mundimve bwino pano. Sitikukamba sakusowa chipulumutso ayi. Pamene chipulumutso chathu ndichotetezeka, kuyesedwa kwa okhulupirira zimasocheretsa kuziphunzitso zonama, makhalidwe awuchimo kapena wina kumadziona kuti watayidwa ndi mpingo zoona. Mulungu amakhudzidwa ndi nkhosa izi zosochera. Yesu anayamba nkhanoi iyi ndi fanizo: "Tanganizirani modzi mwa inu alindi nkhosa zana limodzi ndipo imodzi yasowa." Kodi maganizo mwathu tikuwakumbikira okhulupirira omwe ataya njira zawo? Pephero langa ndilakuti buku lino lisangotsekula maso awo okha, komaso amvetsetse kuti tiyenera titsate ziti kuti tipange utumiki umeneyu ndi zosowa nzake.

Zoyenera Kuziganizira Kwambiri:

- Kodi okhulupirira angathe kutayika kapena iye kusochera njira yake? Kodi okhulupirira angasochere bwanji munjira yomwe Mulungu anawakonzera? Mperekani zitsanzo zina.

- Kodi munamvako ngati mwasochera munjira yanu? Kodi chinayambitsa ndi chani?

- Kodi ndizotheka kuti tikhale nawo motumikira ndioteteza choonadi pamene tinataya chikondi chanthu chapoyamba?

- Kodi mulu okhulipirira mumpingo wanu omwe ataya njira yawo? Kodi Mulungu akufuna inu mupange chani?

Zofunika Kuzipepherera:

- Muthokozeni kuti mulungu samatisiya tokha, ngakhale tigwe kapena tisokere munjira yake.

- Mupepheni Mulungu kuti akupatseni chifundo ndi mphamvu kuti muone mavuto ndi mayesero anu. Mufuseni kuti akubweretseni chifupi naye.

- Mupepheni Ambuye kuti akuthandizeni kuti muzikonad ndikuthandzia amene ali mumpingo wanu ataya njira zawo. Mufuseni kuti akuonetseni kuti mupange chani kuti muwabwezeretse kuti akhale pansi pa mapanzi ake.

- Tengani kanthawi kuti muwapepherere azabusa ampingo wanu. Ndipo mupepheni Mulungu. Kuti awapatse kukhudzika ndi chisamaliro pa nkhosa zosokera.

- Mupepheni Mulungu kuti akupangeni mukhale ogwilizana ndi amdani anu amene amafuna kuononga nkhosa yosochera.

3 - Kukhala Mu Nkhosa 99

"Kodi iye sangasiye 99 zija kutchire..." (Luka 15:4)

Kodi chinthu chabwino ndichiti chachirengedwe kwa m'busayu kuti achite pamene nkhosa imodzi yasokera kapena ili muzoopswa? Mvetserani mawu a Yesu mu vesi lachinayi: "Kodi iye sangasiye 99 zija kutchire?" Tiyeni titengeko kanyengo kuti timvetsetse zomwe Yesu akufuna atiuze pano.

Taganizirani mawu awa: "Kodi iye." Mawuwa akutiuza kuti ndi chirengedwe ndithu kuti ngati nkhosa imodzi yasowa, m'busa wokhulupirika amasiya zimene amapanga ndikukayang'ana imodzi yosocherayo. Pamene m'busa wataya nkhosa imodzi, imakhala milandu yake. Mtima wabusa wachilungamo umasweka chifukwa cha imene yasowayo. Moyo wake ndi nthanzi lake limakhala muzoopswa. Amapanga chilichose ndi mphamvu nzake kuyiteteza ndi kuyipulumutsa.

Dziwansoni mawu awaso "Kusiya 99." Mawu awa akutionetsa kuti nthawi zina nkhosa zinanzo ziyenera kuyikidwa kumbali kwakanthawi kuti musamalire imodzi imene ikufunika kusamalidwayo. Sitikuyenera kutri tione izi ngati kuti akuthawa 99 zija. Ngati pali china, m'busayu akusamala nthanzi lawo pakuyang'ana imodzi yosowayo.

Tangoganizirani kti mwadzimenya chala chanu chimodzi ndi hamala. Kodi thupi lanu lonse limapweteka chifukwa cha chala chimodzicho? pa Akorinto 12:21-26 Mtumwi Paulo anatiuza moveka bwino mene izi ziliri mumpingo:

Diso silingawuze dzanja kuti, "Iwe sindikufuna!"M'malo mwake, ziwalo zathupi zimene zimaoneka ngati zofowoka ndizo zili zofunikira kwambiri, ndipo ziwalo zathupi zimene timaziyesa zopanda ulemu, ndizo timazilemeka kwambiri. Ndipo ziwalo zosaoneka bwino ndizo zimalandira ulemu wapadera, koma ziwalo zowoneka bwino, n'kosafunika kuti tizisamalire mwapadera. Mulungu polumikiza ziwalo zathupi, anapereka ulemu wopambana kwa ziwalo zimene zimafunadi ulemuwo kuti pasakhale kugawikana m'thupi koma kuti ziwalo zonse zisamalirane. Ngati chiwalo chimodzi chiumva kuwawa, ziwalo zonse zimamvanso kuwawa, Ngati chiwalo chimodzi chilandira ulemu, ziwalo zonse zimakodwera nawo."

Mulungu anayika chiwalo chilichose m'thupi pachifukwa ndipongati munthu modzi wasokera, mpingo wonse umamvutika. Izi zimatathauza. Izi zikutathauza kuti m'busa wachilungamo sachepetsa kufunika kwa chinthu ngakhale ndi nkhosa yotchipa ya pagulu lake. Amapanga chilichonse ndi mphamvu nzake kuti abwenzeretse yosokerayo kuti mpingo ukhale mene Mulungu amawufunira utakhalira. Ngati nthupi lingakhale lanthanzi, nthawi yambiriri ikuyenera iperekedwe pobwezeretsa yosowayo. Nkhosa yosokera sikuyenera ikanedwe kapena osalemekezedwa. Mphamvu zonse zikuyenera ziyikidwe poyibwezeretsa. Mpingo wolimba umakhalira pobwezeretsa ndi kupeza nkhosa imodzi yosokerayo ku malo ake ndi kutchito yake nthupi la Yesu Khristu.

Zingathe kukhala zosamvuta kuti m'busayo akhale maso pa nkhosa 99 za bwinozo. Nkhosa 99 izi ndizosamvuta kugwira nazo ntchito kuposa imodzi yosocherayi. Nkhosa izi 99 zimapanga zomwe zimayenera zizipanga. Kawirikawiri zimalimbikitsidwa kuti zigwire ntchito ndi kukhala zokhulupirirka kwa m'busayo. Kwa a m'busa ena izimaoneka ngati zosalondola kuti asiye 99 zija kuti alondole imene yasokera komaso makamaka zimafuna kukhala pazizake. Pamene m'busa wachilungamo, sangaganizreko ndikamodzi komwe kuyisiya nkhosa imodzi manja mwa mdani. Mtima wake umasweka chifukwa cha imodzi yosokerayo. Amapanga chilichonse chomwe angakwanitse kuti ayibwezeretse nkhosa yotayika pazizake.

Kusiya nkhosa zinazi 99 sintchito yopepuka. Zimafunika mphamvu zambiri kuti abwezeretse imodzi yosocherayi kuposa kugwira ntchito ndi nkhosa 99 zomwe zilipabwino ndi zodekha. Kutengera mene anthu a m'dziko amaonera ndi bwino kukhala m'busa wankhosa 99 zokhulupirika kuposa imodzi yosochera ndi yowukira zizake. Pamene a m'busa ena amakhala osafuna kuti asiye nkhosa zina kuti akayang'ane imodiz yosocherayo.

Tiyenera timvetsetse pano kuti kusiya zinanzo 99 sikuti ndi kuzikana ayi kapena kuzisiya izo zosatetezeka ayi. Ambusa mu Nthawi ya Buku Lopatulika samagwira ntchito okha. Pamene m'busa wokhulupirikayo wachoka kukayan'gana nkhosa yosocherayo, amakhulupirira kuti zinazo zisamalika ndi omuthandinza ntchito amene azionako zinazo malo mwake.

Dziwani ichiso kuti m'busayo amasiya nkhosa nzake "Kutcire" pamene amapita kokafufuza imodzi yosokerayo. Kusiya nkhosa 99 kutchire sikutathaunza kuti kuzisiya muzoopswa ayi. Pamene kunali zoopswa kutchire zinapereka phindu. M'busayo akanaona mdani akubwera kutchireko chifukwa kunalibe chinthu chakuti mdaniyo anakabisalako. Izi zimapatsa m'busayo mwayi. Phindu lina kutchireko ndilakuti kunali malo ambiri okhalako ndi opezako chakudya. Nkosazo zinakanakhala zosamalika kutchireko. Asananyamuke kuti akayang'ane yosocherayo amaonetsetsa kuti zinazo 99 zapatsidwa bwino ndikutetezedwa.

Pamene nkhosa 99 zija zasamalidwa kutchire, tsopano mwayi kwa m'busa wabwinoyi kuti apite akayang'ane nkhosa imodzi yosocherayo. M'busayo amasiya zinazo zili pabwino ndikupita kumalo osadziwika kuti akayang'ane inayo. Mu chaputala chinacho tiona mavutoo amene amkukana nawo poyang'ana nkhosa yosocherayo.

Mene tikuonera mawu mu vesi 4, tikuyenera tifdzifunse tokha mafuso ofunikira. Kodi timagawana nawo mtima wa m'busa amene amayang'ana imodzi yosochera kapena tikuyika mphmvu zanhtu zonse kusamala nkhosa 99 zabwinozo? Kodi nanga mpingo wanu wachitapo chani kwa amene anasochera ndi kutaya njira yawo?

Kodi timaona phindu kwa osocherayo mumpingo mwathu? Kodi timamvetsa kuti iye asanabwezeretsedwe, mpingo onse umvutika? Nkhosa iliyonse ndiyofunika ndipo imapindula china chake pokhala pazizakenzo. M'busa wachilungamo amadziwa zimenezi ndipo amapanga zomwe anga kwanitse kuti abezeretse nkhosa yosocherayo kuti zina zonse zikhale bwino. Nkosa imeneyi ndi udindo wake. Tipephe Mulungu atipatse mtima wosakasaka yosocherayo lero.

Zofunika Kuziganizira Mwapadera:

- Kodi mpingo wanu wawasamala motani amene anasochera kuchoonadi kapena anagwa muuchimo?

- Pali okhulupirira mu mdera lanulo omwe asokera? Kodi Ambuye akufuna kuti uwapangire chani?

- Kodi ndi chifukwa chiyanoi zili zofunika kuti tipeze ndi kubwezeretsa osochera? whole Kodi ndi zofunikira motani kumpingo wanu kuwabwezeretsa osochera?

- Kodi ndi chifukwa chiyani kusamalira 99 zija ndikwabwino kudzikoli? Kodi ndi mavuto ati amene osaka zosochera amakumana nawo?

- Kodi kuzisiya 99 zija zikutathauza kuti sizofunikira? Kodi ndi phindu lanji ku nkhosa 99 ngati imodzi yawo yabwezeretsedwa?

- Tamuganizireni modzi amene wasokera pazizake. Kodi n'chifukwa chiyani mpingo ungaufune munthu otereyu? Kodi ndi mphatso zanji zomwe Mulungu amapereka chifukwa cha munthu modziyo? Nanga kusowa kwa munthu amneyu mpingo umasowekera chani?

Zofunika Kupepherera:

- Mufunseni Mulungu atsekule maso anu kunjira zimene okhulupirira mumpingo wanu anasocherera. Mufunseni Ambuye kuti akupatseni mtima wozama othandiza amene akudwala ndi kuzuizka pakati pathu.

- Tengani kanhtawi kupepherera amene anasochera paazake. Mufunseni Mulungu kuti awadalitse ndikuwathandinza kuti abwerere ku mpingo ndi iye komanso ndi ena.

- Muthokezeni Mulungu kuti nkhosa iliyonse kwa iye. Ndipo thokozeni kuti samatoperapo pamene tagwa ndi kusokera njira yanthu.

- Mfunseni Mulungu akukhululukireni pakusasamala kwa amene anavutika ndi kusochera inu mukuona.

4 - Kupita Kofunafuna Nkhosa Yosochera

"Kodi iye sangasiye 99 zija kutchire ndi kupita kukafuna yotayika mpaka atiyipeza? (Luka 15:4)

Muchaputala chomaliza timaona mtima wa m'busa amene nkhosa yake yatayika. Pamene tikupitirira ndi vesi la chinayi, timaona kuti, poona kuti nkhosa imodzi ija ndiyofunikiranso, m'busayu amasiya 99 amapita kokafuna ina ija mpaka atayipeza. Pamene tikuwaganizira mawu akuti Kupita"mu mawuwa kuwazukuta amatathauza zinthu zambiri.

Pamene tiri ndi nthawi yowapepherera amene asocherawo, uthengawu ukutiuza kuti pali zinthu zofunika kuti zipangidwe pofunafuna nkhosa imeneyi. Mtumwi Yakobo amalimbikitsa atsogoleri ake kuti ayike chikhulupiriro pakhani yomwe ikukhudza chimwene ndi chemwali amene akuoneka kuti akufunikira. Analakhula kwa omwe amafunakuti m'bale wawo akakhala bwino amutumize ndikumusiya opanda chithandinzo. Kulemba pa Yakobo 2:15-17 anati:

Tangoganizirani m'bale kapena mlongo amene ali ndi usiwa, ndipo alibe chakudya cha tsiku ndi tsiku. Ngati mmodzi wa inu amauza kuti, "Pita ndi mtendere, ukafunidwe ndipo ukakhute,"koma osamupatsa zimene akuzisowa, phindu lake n'chiyani pamenepo?

Kukhudzika ndikwakukulu kuposa chifundo ndi kulakhula. Zimafunika kuchitapo kanthu ndi msembe. M'busa sikuti ndiofunika kuti apephere ndikukhulupirira kuti chilichonse chitheka. Amadzipereka kuti achitepo kanthu. Ndiokozeka kuti apereke nsembe kuti angoona kuti nkhosa yabwezeretsedwa.

Kupita kokayangana nkhosa yosochera zikuonetsa kuti akonzekera matope. Yesu anatchula kuti amagwirizana ndi ochima ndi okhometsa misinkho. Amadya nawo limodzi ndi kumakhala nawo limodzi. Atsogoreri ampingo a nthawi ya Yesu anali ndi mavuto enieni ndi zimenezi. Mu Marko 2:16 anafunsa ophunzira ake a Yesu kuti chifukwa chiyani amakhudzidwa ndi ochimwa.

Pamene aphunzitsi amalamulo AFarisi anamuona akudya ndi, 'ochimwa' ndi amisonkho, anafunsa ophunzira ake kuti, "chifukwa chiyani amadya ndi olandira msonkho ndi ochimwa?"

Atsogoleri awa sanali okozeka kuti "adetsedwe" pakukhala pamodzi ndi amene anasochera pachikhulupiriro. Chilungamo cha nkhani imeneyi, ngati tikufuna tikawafikire osochera, tikuyenera tipite kumene tingakawapeze. Ngati tikuopa kuti tizilakhulana ndi "ochimwa" kodi nanga tingakumane nawo bwanji? Yesu ankakumana nawo osochera. Amadya nawo amakhala nawonso limodzi. Koma samakhudzidwa nawo mu uchimo, koma samaopa kuwakhudza kapena kukhala nawo.

Mdani wathu sangakondenso china kuposera kuti ife tiziopa dzikoli ndikukana kufuna nkhosa yosochera. Atsongoreri ampingo anthawi ya Yesu anali ndi mantha kuononga mbiri yawo kuti mpaka amaonerera nkhosa yosochera ikuonongeka kusiyana ndikuwakhudza.

Kodi okhulupirira amaganiza chani akakuona ukupita kunyumba ya osochera kapena amene akukhala mu uchimo? Kodi anagamvetste chome ukufuna pokumana naye osochera kapena angamve kuti umaonjenzera chikhulupiriro chako? Kupita kofuna nkhosa yosochera kukutathauza kuti uzikhudzana ndi ochimwa ndi okhometsa misinkho. Zikutathauza kusiya kufewa ndi citetenzo cha pachigulu ndikuyenda mumisewu ya mufumbi ndi matope ya dziko lino ndi kuyera kwa Uthenga wabwino. Zikutathauza kukana kugonja. Zikutathauza kuti kusiya mtenedere ndi kuyamba kusamvetstsetseka. Pali mtengo umene mugalandire pofuna nkhosa yosochera.

Tayakhula zamtengo wa kumvutika kwathu. Tsono, sikuti awa ndi malipriro okhawo. Palinso kuonjezeredwa kwa nthawi, katundu ndi mphamvu. M'busa amene amapita kokafuna nkhosa yake samadziwa kuti zitenga nthawi yochuluka bwanji. Dzaiwani pano, mawu ake popita "kuyang'ana mpaka atayipenza"

Amene anatumikirapo kwa wowawidwa ndi osochera amadziwa kuti izi sikuti zimangochitika mwachidure ayi. Nthawi zina zimatenga zaka, utumiki olimba kuti ichire ndi kubwenzeretsedwa. Nthawi zina timaona ngati kuti tikupanga zinthu zimene mdani wathu analowererapo pazomwe tikupanga.

Palinso chakuti tiganizire kuti tikamufikire osocherayo. Pali kubwenzeretsana mbuyo kwakukulu pa utumiki umenewu. Timadabwa ngati kuti tikwaniritsa. Ntahwi zina zimaoneka kuti mphamvu zanthu zikupita pachabe. Amneneri mu Chipangano Chakale anaziona izi mwa Yeremiya amene anhtu sankamumvera muthawi yake izi zinaoneka pa Yeremiya 15:15-18:

Ine ndinati, "Inu Hehova, mumandziwa zonse; Kumbukireni ndi kundisasamarira. Ndiripsirireni anthu ondizunza. Ndilezereni mtima musandilande moyo wanga. Onani momwe ndi kuvutikira chifukwa cha inu. Munandiyankhula ndipo mawu anu ndinawandira bwino. Mawu anu anandipatsa chimwemwe ndipo mtima wanga unasangalala. Paja ine Yehova Mulungu wamphamvu zonse, ndimadziwika ndi dzina lanu. Sindinakhale nawo gulu la anthu amadyera, sindinasangalale nawo anthu amenewo. Ndinakhala ndekha chifukwa choti dzanja lanu linali pa ine ndipo munadzaza mu mtima mwanga mkwiyo. Nanga n'chifukwa chiyani mavuto anga sakutha? Bwanji chilonda changa sichikupola? Kodi inu munadzakhala ngati m'tsinje wowuma nthawi yachirimwe, Kapena ngati kasupe opanda madzi"

M'busa amene wapiti kofuna nkhosa yosochera akumana ndi mikwingwirima ya mdani chifukwa safuna kumusiya kuchoka pa chigama pake. Davide anadziwa mavuto amene mbusa amakumana nawo. Kuyakhula kwake kwa mfumu Saulo pa Samueli 17:34-35 anati:

Koma Davide anati kwa Sauli, "Kapolo wanune ndinkaweta nkhosa za abambo anga. Ndipo mkango kapena chimbalangondo chinabwera ndi kugwira mwana wankhosa pakati pa nkhosanzo, ine ndinatsatira ndi kupha chirombocho. Choncho ndinkapulumutsa mwana wankhosa uja m'kamwa mwake. Ndipo chin'kati chinkandiukira, ine ndinkagwira tchowa lake, n'kuchikantha mpaka kuchipha.

Pamene tapita kofuna nkhosa yosochera nthawi zina tiyenera tikumane ndizokhoma zonse ndi chomwe mdani wachinyamula. Mkango kapena chimbalangondo sizingangosiya chogwira chawo mophweka. Mbusayo amayenera ataye moyo wake kuti alende nkhosa m'kamwa mwa mkango kapena chimbalangondo yomwe anayitenga kuchoka pazizake. Amataya moyo kuti apulumutse iyo. Yesu anatiuza pa Yohane 10:14-15 izi ndizomwe anatipangira ife:

Ine ndine m'busa wabwino. Ine ndimadziwa nkhosa zanga ndipo nkhosa zanganzo zimandidziwa. Monga momwe Atate amandidziwa ine, ndiponso ine kuwadziwa atatewo. Ndimapereka moyo wanga chifukwa cha nkhosa.

Kupita kukayang'ana nkhosa yosochera ndi kwa mtengo wapatali. Amene amazitenga izi ngati utumiki amakhala okozeka kutenga zimenzi ndi zolinga zawo, katundu wawo, ntawi yawo ngakhale moyo wawo. Mapephero awo kwa osocherawo kuti amapanga chilichonse chothekera kuti ayibwezeretse. Kodi ili lankhala ngati lokuthandizira nagti m'busa? Kodi ili ndilofunikra kwa mpingo wanu kwa okhulupirira mumaganizo mwanu kwa amene ataya njira yawo?

Zofunika Kuziganizira Kwambiri:

- Kodi mupeza mphindu lotani mukapita kofuna osochera?

- Kodi kuli mavuto otani popita kofuna nkhosa yosochera? Kodi ndi adani otani tikakumane nawo popita kukapulumutsa nkhosa yosochera?

- Kodi zomwe timapanga ngati mpingo zofuna nkhosa yosochera zimabweretsa mphindu lotani kwa iwo? Kodi Yesu amayifuna motani nkhosa imeneyi yosochera? Kodi tingatani kuti tikuzirize izi? Kodi mpingo ukupanga chani polimbikitsa chikondi pa osochera?

Zofunika Kuzipepherera:

- Mupepheni Mulungu kuti akupatseni kukhudzika kwakukulu ndi osochera omwe ali maganizo mwanu.

- Muthokozeni Ambuye kuti wakuonetserani chikondi chake kwa inu pamene mukasochera kwa iye.

- Muthokozeni Mulungu kuti wakupatsani chisomo kuti mulimbanenaye mdani wanu.

- Mupepheni Mulungu kuti akuonetsereni kuti mupanga nawo bwanji osochera omwe wawayika munjira yanu.

- Mupepheni Mulungu kuti akukhululukireni chifukwa chosowa chifundo kwa otayika ndi osowa omwe mwakumana nawo.

5 - Ndipo Pamene Adayipeza Iyo

Ndipo iye atayipeza,anayinyamula paphwewa pake mwachimwemwe (Luka 15:5)

Taonani pa vesi 5 chimene m'busa adachita kwa nkhosa yake itapezeka. Pa ndime zino ndifuna nditambasule kapanda mneni "Ndi chimwemwe adayika nkhosayo pa phewa lake" Pamene anapeza nkhosa yotayika ija,m'busa ameneyo akanatha kuchita zinthu zambiri. Iye akantha kukwiya chifukwa nkhosayi yamuzuza kuti ayipeze. Kodi kudali mophweka motani kuti chochita choyamba cha m'busayu kunakakhala kuyipatsa chilango nkhosayi. Koma iye sanatero ayi.

M'busayu akanatha kuyida ndi kuyidandaula nkhosayi. Iye anayipezera zofooka ndi zolakwitsa nkhosayi. Iye akanatha kuyisandutsa nkhosayi kukhala yopanda Uzimu, yosakhulupirika ndi yaupandu. Zoonadi zinthu izi zikanatha kukhala zoona,koma ichi sichinali chimene m'busayu adachita atayizepza nkhosayi.

Taonani chimene m'busa adachita mfanizoli. Yesu akutiuza kuti pamene iye adapeza nkhosayi. mwachimwemwe adayiika pa phewa pake. Chochita chake choyamba chidali cha chimwemwe. Kodi chimwemwe cha m'busachi chikutiuza chiyani zokhudza chikhalidwe chake? Izi zikutiuza kuti cholinga chake sichidali kufuna kuonetsa kuti wavutika, kapena kufuna kuonetsa kukhala wa Uzimu kwambiri. Pamene zinthu izi zili zofunika kwambiri,chokhumba kwambiri cha m'busayu chidali pa nkhosa yake. Pakhala nthawi ina imene tione zifukwa zimene nkhosayi inabalalikira. Koma pano chidwi chathu chikhale pa nkhosa.

Dziwani chinachake. M'busa anatenga nkhosayo ndikuyiika pa phewa lake. Pali zambiri zomwe tikuyenera tione pano. Dziwani ichi poyamba, m'busayu sakuopa kugwira nkhosa yosochera. Ngati mmene tanenera mobwerenza, izi sizimene atsogoleri ampingo anthawi ya Yesu akanapanga ayi. Amakana kukhala pamodzi ndi ochimwa. Sakanawakhudza kapena kupezeka pomwe pali iwo. Timaona bwinobwino pa Luka 7:36-39 pamene zimayi "ochimwa"anadzodza mapazi a Yesu. Tiyeni tione zomwe anachita Afarisi ataona zimayi uyu akugwira mapanzi a Yesu:

Tsopano mmodzi mwa Afarisi anayitana Yesu kuti akadye naye ku nyumba kwake ndipo anapita nakakhala patebulo. Mayi amene amakhala moyo wauchimo mu mzindawo atadziwa kuti Yesu akudya ku nyumba ya Mfarisiyo, anabweretsa botolo la mafuta onunkhira a alabasta. Iye anayimirira kumbuyo kwa Yesu pa mapazi akulira, nayamba kumadonthenza misozi pa mapazi ake. Ndipo anapukuta mapaziwo ndi tsitsi lake, nawapsopsona ndi kuwathira mafuta onukhirawo. Mfalisiyo anamuyitanayo ataona izi, anati mu mtima mwake, "Ngati akanakhala mneneri, akanadziwa kuti akumukhudzayo ndi mawu otani, kuti ndi ochimwa"

Yesu sanali kuopa kuti akhale pamodzi ndi ochimwa. M'busayu mundime imeneyi akutenga nkhosa yake ndikuyika paphewa kuti ayinyamule. Anayidziwa zosowa zake ndipo anafika kuti ayiphunzitse. Sali ndi nkhawa kuti apeza matope, kapena kuti ena aganiza chani akamuona atanyamula nkhosa yosocherayo.

Pamene tikuganizira, mfunso lomwe limabwera maganinzo: Kodi nanga n'chifukwa chiyani m'busayu akuyenera kuti ayike nkhosayo pa phewa? Pali zifukwa zambiri zopangira zimenezi.

Choyamba, nkhosayo yafooka ndipo iribe mphamvu zoyendera payonkha. Chikhulupiriro cha osocherayo chakhudzidwa. Mdani watenga malingaliro ake ndi mzimu wake. Ali mphepete mwaseyu obalalika ndi opanda chochita, osadziwa kuti apange chani kapena kuti abwerere motani kuchipembedzo

Chachiwiri, nkhosa yosocherayo mwina yampuwala ndipo iri mantha ndi kubalalika. Mwina sakudziwa kuti nkhosa zina zikanena kuti chani kuyiona iyo ikubwerera. Kodi akumuganizira chani pakuti iye wasokera? Kodi akamulandiranso? Kapena akamusamala mosiyana? Nthawi zina kubalalika ndi manyazi ndi zazikulu kuti abwere.

Chachitatu, nkhosayo mwina yamvulazidwa kwakukulu, kuti kubwerera kopweteka kwambiri. Mwina sinakozeke kuti ikakhalenso pamodzi zizake. Izi zimakhala zoonadi makamakaa zikakhala kuti chomwe chapangitsa kuti nkhosayo imvulazidwe ndi nkhosa ina yomwe ndi imodzi mwa abale ndi alongo. Ngati ndi chifukwa chimenechi kuti nkhosayo ikufunika chithadinzo chapadera kuti m'busayo ayisamale mpaka itachira mpaka kukhala bwino kuti ibwerere.

Pakuyika nkhosayo pa phewa, m'busayo akuonetsa chisamaliro ndi kukhudzikaa. Ndinkhani ya chikondi ndi chifundo pokhudza nkhosa yomwe yatayika. M'busayo amabweretsa nkhosayo pafupi, kwambiri ndi kuyitengera kumalo ena abwino m'banja lake. Ngati nkhosayo anali mwana wachichepere, m'busayo anayikumbatira manja mwake. Koma ngati anali chimwene tikanamuthandinza kumuyika manja nkhosi ndi kumutandinza njira yake yobwerera. Munjira ina iliyonse izi zopangira kukoma mtima ndi chikondi ndi kuthandinza kwanu.

Kodi ndime imeneyi ikufuna itiuze chani zaudindo wathu ngati okhulupirira kwa amene wasokera munjira yake? Kodi tyingamuthandinze ndi kumulimbikitsa motani mlongo wathu? Ndiloleni ndipange zoyeserera zina pano.

Kusamalira Osochera

Pamene m'busayo wanyamula nkhosa ndikuyika pa phewa lake, akumulimbikitsa ndi kumuonetsa kulandiridwa kwake ndi chithandinzo. Munjira yomweyo, tikuyenera tikonze malo kuti akhale achirimbikitso ndi a ubale kuti ngati nkhosa ibwerera izidzamva kuti ili mbali imodzi ya zinzake. Anthu ambiri amafuna kubwerera kwa Ambuye ndi ku mpingo koma amaopa kuti akanenedwa, kuwukiridwa ndi kuchititsidwa manyazi. Nthawi zina amalandiridwa ndipo amasamalidwa ngati osafunikira kuposa nkhosa zinazo, chifukwa chakuti anasochera. Ngati okhul;upirira kufuna kubwezeretsa amene wasokera munjira yake mpingo uyenera kukhala okhulupirirka ndi omvetsetsa. Pamene sitiyenera kulandira zikhalidwe zonama ndi zolembedwa zake. Tiyenera tionetse chifundo ndi kumvomera abale athu amene akufuna kuti abwerere muchipembedzo. M'busayo potenga nkhosayo mwachimwemwe pa phewa lake ndi kuonetsa m'chitidwe wokoma mtima ndi wachikondi umene tiyenera kukumbukira pano. Iye adakhazikitsa kukhala chitsanzo kwa nkhosa zonse za m'kholalo. Mwanjira ngati yomweyi onani zomwe bambo adachita pakhani ya fanizo ya mwana olowerera. Iye ataononga cholowa chake chonse ndi kukhala moyo wochimwa, iye adabwerera kunyumba ya bambo ake.

Ndipo iye adanyamuka napita kwa abambo ake. Koma iye akanali patali,abambo ake anamuona ndipo anamvera chisoni;anamthamangira mwanayo, namukumbatira ndi kumupsopsona. Mwanayo anati, Abambo,Ine ndachimwira Kumwamba bdi inunso,Ine sindiyenera konse kutchedwa mwana wanu. Koma bamboyo anati kwa a ntchito akae, Fulumirani! Bweretsani mkanjo wabwino kwambiri ndipo mumuveke. Muvekeni mphete ndi nsapato. Bweretsani mwana wang'ombe wonenepa ndipo iphani. Tyeni tikhale ndi phwando ndi kukondwera. Pakuti mwana wangayu adali wakufa, ndipo ali ndi moyoso;iye anatayika ndipo wapezeka. Chomwecho anayamba kukondwerera. "(Luka 15:20-24)

Mwanayo sadabwerere kwa bambo oti azikamunyoza ndi kumuweruza. Iye adabwerera kwa bambo wa chimwemwe amene adamulandira bwino. Ifenso tayenera tichite izi pamene nkhosa zotayika zikubwerera ku khola kwawo.

Valani Mavuto A Nkhosa Yotayika

Wonani pano kuti pamene m'busa adanyamula nkhosa ija, iye adanyamula kulemera konse kwa nkhosa ija pa phewa lake. Taganizani kuti mavuto onse a nkhosayo adali pa m'busa uja pamene amabwerera kukhola. Kumbuyo kwake kudali nkhosa yopanda ukhondo ndi yosweka mtima. Mwina iyo imatuluka magazi ndipo magaziwa amaononga mkanjo wa m'busayo. Kodi mudanyamulapo kayundu wa munthu wosochera? Munthu wosochera nthawi zambiri amayenera kudziwa mmene angathetsere mkwiyo ndi kuwawidwa moyo kwake pa nkhosa yotayikayo. Nthawi zina kutayika kwake kumatha kubweretsa zovuta zina. Kunyamula nkhosayo pa phewa pake zikusonyeza kulolerana ndi kumvetsetsana atakumana ndi zovuta mmoyo wawo. Kulangizana kuti zinthu ziyambenso kuyenda bwino momga kale.

Kubwezeretsedwa Ku Chiyanjano Ndi Ntchito

Pamene m'busa uja adatenga nkhosa ija ndi kuyiyika pa phewa pake, iye adali ndi cholinga chimodzi mmaganizo mwake. Nkhosa iyi idzachira ndipo idzabwerera ku banja lake. Iyo idzakhalanso yofunikira ku ntchito ya muufumu wa Mulungu. Izi zidali choncho mmaganizo a m'busa uja.

Kalekale, ndidali ndi mwayi wokayankhula ku ndende mdziko la Philippines. Ndende ili idali ya chitetezo chokhwima kwambiri chifukwa ndi kumene ankasungira mbamva zikuluzikulu za dzikolo. Mulungu wakhala akuchita zinthu zazikulu ku ndende kumeneko, ndipo a kayidi ambiri adamudziwa Yesu. Kunena moona, Mulungu wakhala akuyitana ena kumeneko kukhala a zibusa ndi kumatumikira akaidi azawo. Ine ndidapemphedwa kuti ndikauankhule pa msonkhano wa azitumiki a Mulungu 150. Koma ambiri amene adabwera adali akayidi amene amatumikira akaidi anzawo kundende. Ine sindikanatha kuthandiza, koma ndidabwitsidwa ndi chisomo chodabwitsa cha Mulungu, kuti atha kupulumutsa anthu awa, ndi kuwayitananso ku ntchito yake.

Ine apa ndidaganiza za Mtumwi Paulo, yemwe adaukira mpingo, koma Mulungu adamuyitana ku ntchito yake ndi kumusandutsa Paulo kukhala kazembe nambala 1. Ine ndidaganiza za Davide amene adali wa chigololo, wakupha ndi wachinyengo, koma iye adayitanidwa ndi Mulungu ndi kudzakhala mfumu yayikulu ya Israel. Ndidakumbukanso za Petulo yemwe adakana Yesu katatu, koma iye adayitanidwa ndi Mulungu kukalalika Uthenga waukulu woyambirira pa tsiku la Pentekosite umene udapangitsa anthu 3,000 alandire Yesu.

Pali chiyembekezo pa nkhosa ina ili yonse. Mulungu sadzataya ndi kusiya nkhosa yotayika. Iye akufuna iyo itbwerera kukhola kwake ndi kuikidwa pamalo oti ipindule mu ufumu wake. M'busa uja adabwerera ndi nkhosa yotayika paphewa pake ndi cholinga chimodzi, choti ibwezeretsedwe ndi kupindulanso pa ntchito ya mphunzitsi wake. Nkhosa zonse ndi zofunikira. Ngakhale zimene zinatayika, Iye sadzazisiya kunja. Cholinga cha Mulungu ndikubwezeretsa izo kukhola kwake. Tatiyeni tonse tichite motere ndi nkhosa zotayika masiku athu ano.

Zoyenera Kuziganizira Mwapadera:

- Kodi okhulupirira ena achita zotani kwa nkhosa yotayika?

- Kodi chimwemwe cha m'busa pamene adapeza nkhosa yake chikutiphunzitsa chiyani pa mmene m'busa amamvera pa nkhosa zake.

- Kodi zikusiyana chiyani potetezera ziphunzitso ndi potetezera mikhalidwe yamoyo ndi kukonda nkhosa? Kodi ndikotheka kutetezera zinazi koma osakonda nkhosa?

- Kodi kunyamula nkhosa paphwewa zikutanthauzanji? Chifukwa chiyani nkhosa yotayika iyenera kunyamulidwa kwa kanthawi?

- Kodi mungachite zinthu ziti kuti muthandize nkhosa yotayika kuti ibwerere kwa mbuye wake?

- Kodi mpingo wanu umasalira motani nkhosa zimene zikufuna kubwezeretsedwa ku mpingo wawo?

Zoyenera Pemphero:

- Pemphani Mulungu kuti akupatseni mtima ngati wa Yesu pa nkhosa zotayika.

- Pemphani kuti akuthandizeni kuti muthandize nkhosa zotayika zomwe zabwerera kuchiyanjano.

- Tengani kanthawi pang'ono ndikupempherera m'bale ndi mlongo omwe ali mnyengo zowawitsa. Pemphani Mulungu kuti azivumbulutse yekha kwa iwo, ndi kuwabwezeretsa kukhala chiwalo chifunikira cha thupi la Yesu Khrisitu.

- Pemphani Mulungu kuti akukhululukireni pa mawu oipa amene munanena amene alepheretsa wina kubwerera ku chiyanjano ndi Mulungu.

6 - Sangalalani Pamodzi Nane

Kenaka anayitana amzake ndi anansi pamodzi,ndi kuti, kondwerani nane,Ine ndayipeza nkhosa yanga yotayika ija. ' (Luka 15:6)

Kupeza nkhosa ndi gawo limodzi yandondomeko yakubwezeretsa. Chotchinga kwambiri pobwezeretsa nkhosa yotayika ndi nkhosa zina zimene zilli kale mkhola. Ine ndakumana ndi anthu ambiri amene akulephera kubwerera ku mipingo yawo chifukwa cholingalira ndi kuopa kuti kodi ndikalandiridwa motani ndikabwerera. M'busa wanzeru wayenera kudziwa izi,ndikupeza njira zolandirira nkhosa zotayika zomwe zabwerera mkhola lake kuti zimzake ziyilandire bwino ndi kuyimvomereza.

Tangaonani zimene zimachitika m'busa wotayika akabwerera. Vesi 6 limatiuza kuti iye anayitana azimzake ndi anansi pamodzi ndikuwapempha kuti akondwera naye limodzi chifukwa iye wapeza nkhosa yake yomwe inatayika. Vesi limeneri ndilofunukira zedi ngati ife tifuna timvetsetse chimene chikunenedwa poyankhula kubwezeretsa nkhosa yotayika mkhola mwake.

Mfunso lomwe tiyenera kudzifunsa pano ndi ili: Kodi ndi chifukwa chiyani m'busa anayitana azimzake ndi anansi pamodzi? Tiyeni tingaona ena chabe mwa mayankho a funso limeneri.

"Kundwerani Nane Pamodzi"

Chifukwa chathu choyamba chikubwera chifukwa cha kapanda mneni uyu "Kondwerani nane limodzi. "M'busa atapeza nkhosa yake yotayika adali ndi chisangalalo chochuluka moti sakanatha kusangalala yekha popanda azimzake ndi anansi. Iye adayenera ndithu kugawana chisangalalochi ndi azinzake ndi anansi. Cholinga chake chidali choti asangalale kuti nkhosa yake yapezeka, ndipo iye anayitana azimzake ndi anansi kuti adzakondwere naye limodzi. Izi zikufotokozera mmene m'busa ameneyu amayikondera nkhosa yake imene inatayika.

Kumbukirani kuti nkhosa imeneyi idamwazika kuchoka kukhola kwake. Mwina mwake idakodwa mutchimo kapena chiphunzitso chabodza. Mwina iyo idawononga khola pochoka. Nkhosa ngati nthawi zambiri ndi chizunzo ku mpingo. Kodi ndi kwabwino kungoyisiya nkhosayi kuti izipita ndi kuyiwala?Koma mtima wa m'busa udali wosweka chifukwa cha nkhosa yake imene inatayika. Iye adafunitsitsa itabwerera kukhola kwake. Iye wosangalala kwambiri chifukwa chakubwera kwa nkhosayi. Iyi sinthawinso yodzudzula ndi kuweruza. Moteromonso nkhosa zambiri zimabwerera ndi kudzalandira zilango ndi mpingo. Izo zimaweruzidwa,kudedwa,kudzudzulidwa mwankhaza ndi kuchitidwa miseche. Ichi sichikhalidwe cha m'busa uyu. Iye adayitana azimzake ndi anansi ake onse kuphwando lalikulu, kusangalalira kuti kubwerera kwa nkhosa yake yotayika.

Pamene wobalalika wabwerera, iye amadzimva kukhala wamanyazi. Iye amadzimva kukhala wosayenerera pagulupo, ndipo nthawi zambiri amakhala chete pa maso pa ena amene akuoneka kukhala "nkhosa zoyera kwambiri". Izi zikufananirapo ndi nkhani ya mwana wolowerera yomwe imapezeka pa Luka 15:21. Taonani mmene iye adachitire bambo wake wachikondiyo atamulandira.

Mwana anati kwa atate ake,Atate,ine ndinachimwira kumwamba ndi inu nomwe,chotero sindiyenera kutchulidwanso mwana wanu.

Ngakhale zinali choncho,koma atate a mwanayo anayitanitsa ng'ombe yamphongo yonenepa bwino, kuti iphedwe kuti akondwerere kubwerera kwa mwana wake. Kodi mukuganiza kuti izi zinamveka motani mumtima mwa mwana uja? Kodi izi sizidamutsimikizire za chikondi ndi chisangalalo cha atate ake chifujwa cha kubwera kwake? Phwando limeneri lidachitira umboni kwa mwanayo kuti atate ake akindwera ndi kubwera kwake. Machimo ndi upandu wake, kaye zidali zazikulu motani, koma sizidachotse chikondi cha atate ake pa iyeyo. Pamene m'busa anabwerako,ndi kuyitana anansi ake pamodzi, iye samangoonetsa chisangalalo kwa anansi ake, kapena nkhosa zina zija, koma kuti, nkhosa yobwererayo imve kulandiridwa ngati gawo limodzi la ziweto zake, ndipo kuti ipitirize pamene idasiyira.

Kodi ndi chophweka motani, kuti pamene tabalalika ndi kugwa mmachimo ndi upandu, koma ndi kumadziwa kuti Mulungu atha kutikondabe. Gawo lichotse nkhawa zonse zimene timakhala nazo. Kumakhala chisangalalo Kumwamba pamene munthu mmodzi wotayika wabwerera kwa Mulungu. Mwina mwake anthu ena akuzungulirani atha kukudani, kukuweruzani kapena kunenani,koma Mulungu amakhala akusangalala. Iye amakondwera ndi kubwerera kwanu Kumwamba. Manja ake ali otsekuka zedi kuti akulandireni. Iye amalandira inu ndi chimwemwe. Izi zikutsimikizireni inu. Ichi chikhale chitsanzo kwa ife cha mmene tingalandilire nkhosa yotayika. Cholinga cha Mulungu ndi kukhululuka ndi kuyiwala. Izi zaonekeratu pa chiphunzitso cha Masalimo 103:11-12:

Pakuti monga Kumwamba kuli kutali ndi dziko lapansi, koteronso chikondi chake n'chachikulu kwa iwo amene amamuopa. Monga kummawa kutalikirana ndi kumadzulo,koteronso Iye watichotsera mphulupulu zathu kuti zikhale kutali nafe.

"Ine Ndapenza Nkhosa Yanga Yotayika"

Palinso chifukwa china chimene m'busa adayitanira azimzake ndi anasi kuti adzakondwere naye limodzi chifukwa chakupezeka kwa nkhosa yake yomwe idasowa. Ichi chitha kupezeka mumkapanda mneni uyu "Ine ndapenza nkhosa yanga yotayika." M'busayu akufotokoza zinthu ziwiri momveka bwino pamenepa. Choyamba, nkhosa yotayika yapezeka, ndipo chachiwiri,nkhosayo idali yake.

Kuvomereza poyera ndikofunika kwambiri pa zifukwa ziwiri. Choyamba,kumabweretsa nkhosa yotayika pafupi. Ichi chili ngati fundo yokhululukira, kulandira ndi kutsimikizira. Chonde tisaphweketse ubwino wa kuvomereza pagulu pa moyo wa membala ku mpingo. Ine ndikukumbukira nthawi ina yake pamene ndidali kulalika pa mpingo pena, munthu wina mumpingomo, sadasangalale ndi chimene ine ndidanena. Iye adatuluka mumpingomo pomenyetsa chitseko,ndi kunena motsimikizira kuti achita chithekera china chilichonse kuti ine ndisadzalalikaponso pa mpingopo. Pamene atsogoleri a pampingopo adamva ichi, iwo adakhalirana pansi. Zotsatira zake zidali kalata yawo kwa ine yotsimikizira kuti akusangalala ndi utumiki wanga ndi mawu amene ndidanena aja. Kalata imeneyi idabweretsa chilimbikitso kwa ine ndi kunditsimikira za ubale wathu ndi mpingowo. Pamene tilibe chitsimikiziro cha ubale wathu ndi mpingo,timakhala opanda ufulu wotumikira ndi kuchita chiyanjano monga momwe kuyenerera kukhalira. M'busa wanzeru wayenera kudziwa kuti pamene nkhosa yotayika yabwerera kukhola kwake,yayenera kumva kulandiridwa ndi mpingo wonse.

Pali chifukwa chachiwiri chimene nkhosa yotayika yayenera kulandiridwa ndi mpingo wonse. Ichi ndi chinthu chabwino kwa nkhosayo ndi nkhosa zomwe zidali kale mkholamo. Mpingo wayenera kudziwa kuti nkhosa yotayika yalandiridwa. Kubwezeretsedwa kulibe phindu, ngati mpingo ukudziwa kuti padakali zinthu zina zoyenera kukonzedwa. Pamene mukulengeza poyera kuti nkhosa yotayika koma tsopano "Yapezeka", m'busa akuthetsa zokamba kamba ndi miseche imene ingabwere yokhudza nkhosayi. Iye akulengeza kuti nkhani yatha, ndipo tatseka buku yankhaniyo. Ichi chimatsegule makomo a maubwenzi atsopano ndi nkhosayi

Kuyang'ana nkhosa yotayika kwamulowetsera zambiri m'busa, komanso kuyibweretsa kunyumba sinkhani yophwekaso. Mipingo nthawi zambiri simavomereza kulandira nkhosa yotayika. M'busa amayenera kuti athetse mabala amene nkhosa yotayikayo idabweretsa kwa nkhosa zomwe ziri kale mkholamo.

Kukhululukidwa zikukhala kophweka nthawi zonse. Kudalirana ndi kukhulupirirana kwayenera kubwezeretsedwanso. Kulengeza pagulu mumpingo kuti nkhosa ija yapezeka sizimangofuna mawu okha basi. M'busa wanzeru amayenera kukonza pa malo kuti ena akhululuke ndi kuyilandira nkhosa yotayiko yomwe tsopano yabwerera. Izi zimayenera m'busa akambirane ndi nkhosa zina zimene siziri zokonzeka kukhululuka. Iye wayenera kuti wathetsa mayankhulidwe woononga, zochita zonyasa zomwe zingabwereretse nkhosa ija kupanga nawo chiyanjano pampingo. Kubwezeretsa nkhosa yotayika, ndi kutanthauza kukonzekeretsa mpingo kuti uyilandire. M'busa wanzeru amachita mwa nzeru kuti nkhosayi ilandiridwe mumpingo.

Zoyenera Kuganiza Mwapadera:

- Tafananitsani chikhalidwe cha m'busa uyu ndi chikhalidwe cha mpingo wanu kwa nkhosa zotayika zomwe za bwerera. Kodi mpingo wanu uli ndi chikhalidwe ngati cha m'busa uyu?

- Chifukwa chiyani chili chofunikira kwambiri kwa nkhosa yotayika kutsimikiziridwa ndi chikondi ndi chisamaliro chathu? Kodi mukuona kufanana kotani pakati pa kulandiridwa ndi kusunga mwambo?

- Kodi m'busa ali ndi udindo wotani pokozekeretsa mpingo polandira nkhosa zotayika? Kodi m'busa ayenera kukoza zotchinga ziti pamene akukonzekeretsa mpingo polandira nkhosa zotayika ?

Zoyenera Pemphero:

- Tiyeni tipemphere kwa Mulungu kuti achotse mtima woweruza ndi kudzudzla pamene tikulandira nkhosa zotayika zomwe zabwerera mumpingo.

- Tiyeni tipemphe Mulungu kuti atithandize kuti tikhale wokoma mtima ndi a chikondi kwa abale wotayika ndi wobalalika mu Uzimu.

- Tiyeni titenge kamphindi pang'ono ndi kupempha Mulungu kuti athandize mpingo wathu kuti ukhale wodziwa kulandira nkhosa zotayika.

- Tiyeni timphe Mulungu mmene tingalandire nkhosa zotayika pa ife tokha ngati wokhulupirira.

7 - Kusangalala Kumwamba

Ine ndikukuuzani kuti momwemonso kudzakhala chachikulu chikondwerero Kumwamba chifukwa cha ochimwa mmodzi amene watembenuka mtima kusiyana ndi anthu olungama 99 amene ali otembenuka mtima kale. (Luka 15:7)

Yesu adamaliza fanizoli pa vesi 7 ponena kuti Kumwamba kumasangalala kwambiri munthu mmodzi ochimwa akatembenuka mtima koposa anthu 99 Oyera kale mtima amene safunika kulapanso. Kuti tidziwe chimene Ambuye akunena pano, ife tayenera poyamba tidziwe kuti kodi Mulungu amamva bwanji pa nkhani za anthu ake. Chonde dekhani kaye ndikulingalira zimene mneneri Zefaniya pa Zefaniya 3:17 adanena zokhudza ubale wa Mulungu ndi anthu ake:

Ambuye Mulungu wanu alinanu, ndipo ndi wamphamvu pokupulumutsani. Iye amasangalala nanu. Iye adzakhalitsani chete ndi chikondi chake. Iye adzakondwera nanu mkuyimba.

Mulungu wayankhula zambiri pa vesi limeneri zokhudza ubale wake ndi anthu ake. Wonani pano kuti Iye ndi Mpulumutsi wawo. Iye amafikira kwa iwo pamene akumufuna ndipo amawapulumutsa. Wonaninso kuti Iye amasangalala ndi anthu ake, amawakonda ndi kukondwera nawo podzera mkuyimba. Anthu a Mulungu amabweretsa chikondwerero ku mtima wa Mulungu. Ngakhale iwo ali osalungama kweni-kweni, komabe amadzaza mtima wa Mulungu ndi kuyimba.

M'bukula Yesaya, Mulungu anafanizira ubale wake ndi ana ake monga momwe ubale umakhalira pakati pa mayi ndi mwana wake. Timawerenga izi pa Yesaya 49:15-16:

49

Kodi mayi atha kuyiwala mwana wake kubere kwake ndi kukhala wopanda chifundo kwa mwana amene wam'berekayo?Ngakhale iye atayiwala, koma Ine sindingayiwale inu!!Taonani ndafukwata inu m'manja mwanga mwa chikondi;ndipo moyo wanu onse uli pa maso panga.

Ndi chinthu chophweka mayi kuwayiwala mwana wake amene akuyamwa, kusiyana ndi Mulungu kuyiwala inu. Izi zili choncho chifukwa Mulungu ndi wokoma mtima ndi wachikondi. Kodi ndi ndani mwa ife amene sadziwa za chisangalalo chimwene mwana wongabadwa kumene amabweretsa kwa mayi ake? Dziwani pano kuti Mulungu wafukwata ana ake mmanja mwake. Mwanjira ina,mayina awo ali pa maso pake. Ndipo Iye sadzawayiwala.

Mulungu akufaniziranso ubale wake ndi anthu ake monga momwe ubale umakhalira pakati pa mkwati ndi mkwatibwi. Izi zalembedwa pa Yesaya 62:5 pamene Mulungu akunena kuti:

Monga mnyamata amakwatira namwali,ndipo Mkwati amakondwera ndi mkwatibwi,chonchonso Mulungu adzakondwera nawe.

Apanso nkhani ndi ya kukoma mtima, chikondi ndi chikondwerero.

Chikondi chachikulu cha Mulungu pa anthu ake sichidzasintha. Ichi ndi chikondi chosatha chimene mneneri Yeremiya ananena pa Yeremiya 31:3:

Ine ndinawaonekera ndili chapatali ndipo ndinati, "Ine ndakukonda ndi chikondi chopanda malire. N'chifukwa chake ndipitiriza kukukondani."

Chikondi cha Mulungu kwa anthu ake sichimatengera kuti ndinu abwino kwambiri, kapena kuti mumakhala moyo wokondweretsa Mulungu. Iye amatikonda nthawi zonse mosatengera nyengo zimene tili. Mtumwi Paulo pa Aroma 5:7-8 pamene ananena kuti, pamene tili nyengo zowawitsa Yesu anaonetsa chikondi chake chachikulu kwa ife.

Mzotheka kawirikawiri munthu wabwino kufa chifukwa cha munthu oipa,pamene munthu amatha kufa mophweka chifukwa cha munthu wabwino. Koma Mulungu adaonetsa chikondi chake pa ife, kuti ngakhale tili wochimwa Yesu adatifera ife.

Yesu Mwini wake ananena kuti "Palibe chikondi china choposa ichi, kuti wina akapereke moyo wake chifukwa cha abale ake" (Yohane 15:13). Yesu adachita zina zikuluzikulu kuposa apa. Komabe lye adapereka moyo wake chifukwa cha ife ngakhale tili adani ake.

Kuyankhula ndi ophunzira ake pa Yohane 14:1-3, Yesu ananena kuti:

Mtima wanu usavutike. Khulupirirani Mulungu; khulupirirani Inenso. M'nyumba mwa Atate anga muli zipinda zambiri. Kukanakhala kuti mulibemo ndikanakuwuzani. Ine ndikupita kumeneko kukakukozerani malo, ndipo ndikapita kukakukozerani malo, ndidzabweranso, kuti kumene kuli Ineko inunso mukakhale komweko.

Ndicholinga cha Ambuye Yesu kuti tidzakhale ndi lye kwa muyaya. Pali anthu amene titha kukhala nawo kwakanthawi, koma pali anthu ochepa okha amene amafuna atakhale nawe kwa muyaya. Chikondi ndi chifuniro cha Yesu ndi chokuti tikakhale pa maso pake kwa muyaya. lye sadzatopa nafe. Chikondi chake ndi chimwemwe chake mwa ife sichidzatha.

Kodi izi zikutiuza chiyani za chikondi cha Mulungu pa anthu ake? lye amasangalala mwa iwo ndipo amawakonda ndi chikondi chachikulu choposa chimene mayi amakhala nacho pa mwana wake. lye adalolera kutaya moyo wake kuti aonetse kuzama kwa chikondi chake pa anthu ake. Cholinga chake ndi chikuti ife tidzakhale pa chikondi ndi chiyanjano ndi lye kosatha. Padalibenso chikondi china choposa ichi.

Chikondi cha Mulungu pa anthu ake ndi chikondi cha mphamvu ndi chachikulu. Kodi Yesu akutiuza chiyani pa Luke 15:7? Komabe, kumakhala chisangalalo Kumwamba pamene mmodzi ochimwa watembenuka mtima koposa anthu 99 amene anatembenuka kale mtima. Tatiyeni titaganizira bwino pa fundo imeneyi kwa kanthawi. Mwina mutha kutenga chikondi ndi chisangalalo ichi ndikuchiyika malo ena ake. Nanga kodi titachita mofanana ndi wotembenuka mtima onse 99 amene akunenedwa mfanizoli. Kodi chimulu chachisangalalo chake chitha kukhala lotani? Tatiyeni titenge chiphiri cha chisangalalo ndi kuchipereka kwa nkhosa yotayika. Ichi ndi chimene Yesu akunena pamenepa. Izi sizikutanthauza kuti Mulungu amakonda pang'ono anthu abwino ai. Izi zikutionetsa mmene Mulungu amamvera ndi nkhosa yotayika ndi yomwazika. Kodi izi zikutanthauza chiyani kwa ife lero lino?

Ngati tikufuna kusangalatsa mtima wa Mulungu, palibe chomwe mungachite choposa kufunafuna nkhosa zotayika ndi kuzibwezeretsa kwa Mulungu. Nthawi yathu yambiri yatayika potumikira nkhosa 99 zomwe sizikufunika kulapa. Mtima wa Mulungu uli poti izi 99 zikule ndi kukhwima pa Uzimu, koma mtima wa Mulungu umasweka ndi nkhosa zosokera zimene zataya njira zawo. Ngati tifuna timusangalatse Mulungu, tayenera kuti titsekule maso athu ndi kuoona zosowekera za nkhosa zotayika zomwe zatizungulira. Mulungu akumva kulira kwa izo kuti zikufuna thandizo lathu. Mtima wa Mulungu umasweka poona nkhosa zotayika zikusiyidwa ndi kuyiwalidwa kuseri kwa phiri zikuonongeka. Mtimu wa Mulungu umasweka kwambiri akamaona mmene azibusa alero agonthetsera makutu awo osamamva kulira kwa nkhosa zotayika.

Tamvani zimene Yesu akutiuza pa Mateyu 25:40:

Zoonadi, ndikukuuzani kuti chilichonse chimene munachitira mmodzi mwa abale anga onyozekewa munandichitira Ine.

Ubale wa Yesu ndi ana ake, ndiwakuya, kotero kuti choipa chimene tichitira imodzi mwa nkhosa zake zotayika tikuchitira Iyenso. Amamva mmene izo zimamvera. Machenjezo ambiri m'Baibulo akunena zoipa zomwe timapanga pa abale ake a Yesu. Taganizirani zimwe Eksodo 22:22-24 akunena:

Musadyere masuku pa mutu a zimayi amasiye, kapena ana amasiye. Ngati muchita ichi, ndipo kulira kwawo kufika kwa

Ine,pompo Ine ndidzamva kulira kwawo. Mkwiyo wanga udzakula, ndipo ndidzapha ine ndi mpeni, azikazi anu adzakhala amasiye ndipo ana anu adzakhala opanda bambo.

Chilango chodyera masuku pa mutu azimayi ndi ana amasiye chidali imfa yobaidwa ndi mpeni. Mulungu adzamva kulira kwa ana ake ndipo adzaonetsa chilungamo chake.

Mchipangano chatsopano mulinso machenjezo ngati awa. Mvetserani zimene Ambuye wathu Yesu akunena pa Maliko 9:42:

"Ndipo ngati wina aliyense achimwitsa mmodzi wa ana ang'ono awa amene akhulupirira Ine,Kukanakhala bwino kwa iye kuti aponyedwe m'nyanja atamangirirdwa mwala waukulu m'khosi mwake"

Kuyankhula kwa azibusa a nthawi ya Ezekiel amene ankadyera masuku pa mutu nkhosa za Mulungu, Mulungu adanena kuti pa Ezekiel 34:7-10:

Chconcho inu abusa, tamvani zimene Ine Yehova ndikukuwuzani. Pali Ine wamoyo, akutero Ambuye Wamphamvu zonse,ndithu, nkhosa znaga zinajiwa ndi zirombo zakuthengo, zinasanduka chakudya cha zirombo chifukwa panalibe abusa. Abusa anga sanafunefune nkhosa zanga. Iwo ankangosamala za iwo okha m'malo mosamala nkhosa zanga. Chifukwa chake, inu abusa tamvani zimene Ine Yehova ndikukuuzani. Ine Ambuye Yehova ndikuti:Ine ndayipidwa nanu, inu abusa. Ndidzakulandani nkhosa zanga ndipo simudzazidyetsanso. Ndidzakuchotsani pa ntchito ya ubusa kuti musamangodzidyetsa nokha. Ndidzalanditsa nkhosa zanga kukwamwa kwanu ndipo simudzazidyanso.

Mulungu waima njii kutetezera nkhosa zake zotayika. Iye amathana ndi amene akuzuza nkhosa zake zotayika posamva kulira kwa izo. Kodi inu mutha kusangalatsa mtima wa Mulungu kudzera mkusamalira nkhosa zake zotayika? Kodi muyamba kugawo chikondi ndi chifundo cha Mulungu kwa nkhosa zake zotayika?

Ngati muli mmodzi mwa nkhosa zotayikazi, dziwani lero kuti Yesu akudziwa zosowa zanu. Iye akuona kubalalika kwanu. Mutha kukhala osakonzeka kubwerera kwa Iye, koma Iye sadzakutayani. Iye amafuna mukhale naye pa chiyanjano. Iye akudikira inu. Iye sadzalola inu mutayike. Tamverani zimene Mulungu akunena pa Hoseya 2:5-7:

"Amayi awo akhala akuchita za chiwerewere, ndipo anawabereka anawo akuchita zinthu zochititsa manyazi. Iwo anati, Ine ndidzatsatira zibwenzi zanga, zimene zimandipatsa chakudya ndi madzi,ubweya ndi thonje,mafuta ndi chakumwa. Choncho njira yake ndidzayitseka ndi minga, ndidzamuzinga ndi khoma kotero kuti sadzapezanso njira yotulukira. Adzathamangira zibwenzi zake koma sadzazipeza; adzazifunafuna koma sadzazipenza. Pamenepo iye adzati, Ndubwerera kwa mwamuna wanga woyamba uja, pakuti ndinali pabwino ndi iyeyo kusiyanitsa ndi pano.

Israel ankafuna mabwenzi ena koma Mulungu sadamusiye kuti apite. Pa Hoseya 4:6 Mulungu akuti "Choncho njira yake ndidzayitseka ndi minga, ndidzamuzinga ndi khoma kotero kuti sadzapezanso njira yotulukira. Mulungu sadzawaleka anthu ake kuti awonongeke ngakhale ali a upandu ndi umbanda. Mulungu amasaka ana ake mpaka atawapeza.

Ngati muli nkhosa yotayika lero lino, zindikirani kuti Mulungu amakukondani. Iye adzakufunafunani inu ndipo sadzalola wina kumulanda inu. Mutha kumathawa Mulungu ndi mphamvu zanu zonse,koma tsekulani maso anu ndipo mudzaona kuti alibe kumabli yanu. Dziperekeni ku chikondi cha Mulungu. Tsegulani mtima wanu kwa Mulungu, ndipo Iye adzakusamalirani nthawi zonse.

Pemphero langa pa phunziro lino lili magawo awiri. Choyamba kuonetsa anthu chimene chili mumtima wa Mulungu kwa ana ake amene asochera njira zawo. Ngati muli nkhosa yotayika,chonde sangalalani ndi ichi. Ngati muli mmodzi mwa nkhosa 99, chonde dziwani kuti Mulungu amakondanso kwambiri nkhosa imodzi imene yatayika.

Chachiwiri, ndikukhulupirira kuti phunziro lino litsegula maso kuti muone nkhosa zotayika zimene zakuzungulirani, zimene zikulira kufuna chithandizo ndi chisamaliro. Mulungu asangalatsidwa ndi phunziro lino, kuti likapange wowerenga kuti akathe kuona kufunika kwa utumiki wotumikira nkhosa zotayika. Mulungu adzakondwera kwambiri akadzaona anthu amabiri amene awerenga buku lino akukatumikira mwa chikondi ndi chifundo kwa nkhosa zovulazidwa, zosiyidwa ndi zobalalika.

Zofunika Kuziganizira Mwapadera:

- Kodi Baibulo likuti chiyani za mmene amamvera zokhudza ana ake?

- Kodi Mulungu amamva bwanji zokhudza nkhosa zotayika? Kodi machimo ndi upandu wathu amathetsa chikondi cha Mulungu pa ife ?

- Kodi nkhosa zotayika ndi ndani mdera lathu ?Kodi ndi chiyani chiti chimene chingachitike kuti tikatumikre izo?

- Taona pa Mateyu 25:40 kuti Yesu adadzidziwitsa kwa nkhosa zotayika. Kodi izi zikutiphunzitsa chiyani ife amene tikufuna tikabweze nkhosa zotayika ndi zobalalika pafukwa zosiyanasiyana

Zofunika Pemphero:

- Mfuseni chikhululukiro Mulungu chifukwa chosowa chikondi kwanu pa anthu otayika.

- Penzani nthawi ndikupemphera munthu wina amene wasweka mtima ndipo akufuna m'busa kuti akamusamalire.

- Mfunseni Mulungu kuti akupatseni chifundo chachikulu pa nkhosa zotayika. Mpempheni Mulungu kuti atsegule maso anu kuti muone nkhosa zotayika, ndinso makutu anu kuti mumve kulira kwa nkhosa zotayika.

- Thokozani Mulungu amene amatikondabe ngakhale tili anthu ochimwa.

Light To My Path Book Distribution

Bungwe la Light To My Path Book Distribution (LTMP) limalemba ndi kugawa mabuku kuti afikire anthu osowa amene akugwira ntchito ya Mulungu ku Asia, Latin America ndi Africa. Anthu ogwira ntchito ya Mulungu m'mayiko amene akutukuka kumene alibe kuthekera kotha kupeza maphunziro abwino a Baibulo, kapena kugula kumene zipangize za mautumiki awo ngakhaleso za iwo eni. M'bale F. Wayne Mac Leod ndi membala wa bungwe la Action International Ministries, ndipo iye wakhala akulemba mabuku awa ndi cholinga chowagawa aulere kapena kugulitsa pamtengo wosaboola mthumba kwa azibusa ndi anthu ena omwe amene akugwira ntchito ya Mulungu pa dziko lonse lapansi.

Lero lino, mabuku ake zikwi zikwi akugwiritsidwa ntchito polalika, pophunzitsa, posodza anthu ndi kulimbika anthu pa moyo wa Uzimu m'mayiko oposa 60. Mabukuwa lero atanthauziridwa mziyankhulo zambiri m'mayiko osiyanasiyana. Cholinga chake ndichoti mabukuwa afikire anthu ambiri pa dziko lonse lapansi pano ngati kutakhala kutheka.

Utumiki wa LTMP umadalira chikhulupiriro ndi kudikira kwa Mulungu kuti upeze zipangizo zogawira mabukuwa kuti akalimbikitse and kulangiza anthu okhulupirira pa dziko lonse lapansi pano. Kodi mungapemphere kwa Mulungu kuti atsegule makomo kuti mabukuwa atanthauziridwe mziyankhulo zambiri ndi kugawidwa mwakathithi m'madera ambiri pa dziko lapansi lino.

Kuti mudziwe zambiri za utumiki wa Light To My Path(LTMP) chonde onani pa tsamba la makina a intaneti la https://www.lighttomypath.ca

www.ingramcontent.com/pod-product-compliance
Lightning Source LLC
Chambersburg PA
CBHW052126070526
44586CB00016B/2098